Sa Madilim kong Mundo Siya ang aking Ilaw

Rose Ann Roque Abobo

Ukiyoto Publishing

All global publishing rights are held by

Ukiyoto Publishing

Published in 2023

Content Copyright © Rose Ann Roque Abobo

ISBN 9789359202549

*All rights reserved.
No part of this publication may be reproduced,
transmitted, or stored in a retrieval system, in any form
by any means, electronic, mechanical, photocopying,
recording or otherwise, without the prior permission of
the publisher.*

The moral rights of the authors have been asserted.

*This is a work of fiction. Names, characters, businesses,
places, events, locales, and incidents are either the
products of the author's imagination or used in a fictitious
manner. Any resemblance to actual persons, living or
dead, or actual events is purely coincidental.*

*This book is sold subject to the condition that it shall not by
way of trade or otherwise, be lent, resold, hired out or
otherwise circulated, without the publisher's prior
consent, in any form of binding or cover other than that in
which it is published.*

www.ukiyoto.com

Dedication

Maraming salamat unang-una sa ating Diyos na buhay, sa pagbibigay niya ng ganitong klaseng talento sa akin. Walang halaga ang lahat kung hindi ko ito maipagpapasalamat sa Diyos. Siya lamang ang unang manunulat ng ating buhay. Nang dahil sa kanya ay nagkaroon ng direksiyon ang aking buhay. Papuri at pasasalamat ay sa Panginoong Hesus lamang.

JEREMIAH 29:11 For I know the plans I have for you," declares the Lord, "plans to prosper you and not to harm you, plans to give you hope and a future.

Isa akong babaeng mababa ang lipad, iyon ang sinasabi ng marami, at hindi ko alam kung hanggang kailan ako ganito, nakikita kong magulo at tila walang patutunguhan ang buhay ko, pero eto na ako, walang kapupuntahan at basura sa paningin ng lahat.

Sa isang magulong pamilya ako lumaki, away rito, away roon, sigawan, murahan at sakitan. Iyan ang mundong kinalakihan ko.

Kahit gustohin kong kumawala sa ganitong klase ng buhay, para bang nakatali na ako, at ito na ang mundo ko. Isang mundong ubod ng dilim, na hindi ko inakalang may liwanag pang sisilip upang aking maging tanglaw.

Isang lalakeng sumisigaw sa kalasada ang narinig ko. "Sapagkat ang kabayaran ng kasalanan ay kamatayan! Kaya't dapat tayong magsisi!" sigaw ng isang lalaking nakatayo sa gilid ng lansangan.

Napatigil naman ako, hindi ko akalain na maririnig ko ang salitang 'yon.

"Kabayaran ng kasalanan? Ano 'yun?" natanong ko sa sarili.

"Ang kabayaran ng kasalanan ay kamatayan! Iyang ang sinasabi at malungkot na balita mula sa Roma 6:23, *tayong lahat ay makasalanan, at walang nakaabot sa kaluwalhatian ng Diyos, iyan ay sinasabi sa Roma 3:23! At kung tayong lahat ay makasalanan! Lahat tayo ay magbabayad ng kamatayan! Pero alam niyo ba? Ang Diyos ay mabuti! Sabi niya ngunit, ang kaloob ng Diyos ay buhay na walang hanggang, sa pamamagitan nino?*

Nang ating Panginoong Hesus!" sigaw pa ng tinig na naririnig ko.

Umiling lang ako, naiinis ako na may mga taong naghahayag ng salita ng Diyos, pagkatapos ano? Para lang humingi ng pera, naisip ko pa na niloloko ng mga ito ang tulad kong tao.

Maraming naghahanap sa Diyos, kaya marami rin silang naloloko, pero ako alam kong hindi Siya totoo, kasi kung totoo Siya, bakit nagkaganito ang buhay ko? Mga tanong na naglalagi sa isipan ko.

Habang naglalakad ako, naiisip ko, *"Diyos? May Diyos ba? Kung may Diyos? Bakit wasak ako, bakit pinabayaan niya ako? Bakit hanggang ngayon ganito ang buhay ko?"* mariin kong tanong.

Nang makauwi ako, inilapag ko lang ang lahat ng dala ko sa lamesa, napatingin na lamang ako sa lahat ng tao sa bahay namin. Ni walang nakapansin sa aking pagdating. Nang ilibot ko ang aking paningin sa kanilang lahat, nakadama ako ng awa para sa sarili ko at sa mga taong nakikita ko, para na silang mga patay!

Magulo ang buhay naming lahat, sina Kuya, at ang Tatay ko, lahat sila, lulong sa bisyo, may umiinom ng alak, may naninigarilyo, at may nag-dodroga. Masalimuot! Gusto ko nang umalis, kaya lang hindi ko magawa, wasak talaga ang buhay ng mga tao sa bahay na ito! Dahil doon nakikita kong wala ring kapupuntahan ang buhay ko.

Nagtuloy ako sa aking kwarto, at doo'y nagmukmok, paulit-ulit na umaalingawngaw sa utak ko ang mga narinig ko kanina, *"Diyos! Mayroon Diyos?"* Umiiyak kong tanong sa sarili ko.

Napaupo ako at napahalukipkip, natakip ko ang aking dalawang palad sa aking mga tainga, "Hindi ko alam kung totoo ba siya dahil sa ilang taong kong pamumuhay, walang Diyos na nagpakilala sa akin, tapos sasabihin nila, may libre siyang kaloob? Anong kaloob, buhay? Anong buhay? Walang hanggang?" Muling tumulo ang luha ko at ninais kong sumigaw.

"Buhay na walang hanggan! E gusto ko nang matapos ang buhay ko! Buhay pa ako pero daig ko pa ang nasa impyerno!" naisigaw ko. Ngunit walang kahit na sino ang nakarinig dahil ang bahay na iyon ay puno ng mga taong lupaypay, at lango sa kani-kanilang mga bisyo.

Nang gabing iyon ay umalis ako, naglakad-lakad sa isang madilim na kalsada, iyon naman talaga ang trabaho ko, iyon ang isang bagay na alam kong mas lalong nagpaparumi sa buhay ko, at isang araw ay magpapasadlak sa aking buong pagkatao sa impyerno. Nakakatawa, naniniwala ako sa impyerno! Pero sa Diyos hindi, ang alam ko totoong may impyerno, pero langit? Ibang langit lang ang alam ko, langit sa piling ng iba't ibang lalake, na matapos pagsasaan ang katawan ko, iiwan ako, at bibigyan ng pera, iyon ang langit para sa akin.

"O Margo, kailan tayo uli magkikita?" tanong ng lalaking kasiping ko ng gabing iyon.

"Hindi ko alam kung kailan, siguro kapag nadaanan mo uli ako rito," sagot ko, saka ko tinangkang tumayo. Ang nasa isip ko ay kumita ng pera. Pera na ibibigay ko sa mga tao sa bahay na inuuwian ko. Ako lang ang palaging nagbibigay ng pera sa kanila, tapos ay ipangbibili lang nila iyon ng mga bagay na makasasama sa kanila.

"Ano? Ibibigay mo na naman ba ang perang kinita mo ngayon sa pamilya mong puro bisyo? Ilan ba sa kanila ang nagdodroga? At ilang ang tamang adik lang sa alak?" tanong ni Bruno.

"Pwede ba, huwag mo na akong tanongin, baka mamaya impormer ka lang?" nasabi ko. Tumayo na ako at nagbihis. Desi-sais anyos pa lang ako ng simulan ko ang trabahong ito. Ang alam ko lang sa araw-araw ay tumayo sa madilim na bahagi ng daan, hintayin ang ilan sa mga sasakyang hihinto sa tapat ko, sasama ako sa kanila sa buong magdamag, ibibigay ko ang kailangan nilang aliw.

Habang naglalakad ako, naririnig ko naman ang grupo ng mga kabataan na nagpapahayag ng salita nang kinikilala nilang Diyos.

Lumapit ang isa sa akin. "Ate maaari ba kitang makausap, maibahagi ang salita ng Diyos sa iyo, kasi may mabuting balita ang ating Diyos na buhay na nais niyang malaman mo," sabi nito.

"Sino? Inyong Diyos? Kasi walang akong kilalang Diyos? May Diyos ba? Nasaan? Bakit hindi ko siya nakikita?" sarkastikong tanong ko.

"Meron po tayong Diyos, ang ating Amang nasa langit, sabi nga po sa John 3:16 gayon na lamang ang pag-ibig ng Diyos sa sanlibutan, kaya ibinigay niya ang kanyang bugtong na anak upang ang mga sumasampalataya ay maligtas at magkaroon ng buhay na walang hanggan," sabi nito. May hawak itong papel na ipinamimigay nila sa mga taong nagdaraanan.

"Tumigil nga kayo! Napakasinungaling ninyo! Walang Diyos! Ang meron lang impyerno! Dahil ang mundong ito ay nilikha para magdusa ang lahat ng mga tao! Kaya umalis na kayo, at huwag na kayong mangangaral ng mga bagay na imposible! Buhay na walang hanggan! Ayoko niyan, kasi ang gusto ko mamatay na! Para makaalis na sa impyernong mundong to!" hiyaw ko pa sa mga kalalakihang nagbabahagi ng salita ng tinatawag nilang Diyos.

"Kawawa ka naman Ate, kasi hindi mo nararanasan ang pag-ibig ng Diyos. Ang pinaniniwalaan mo ang siyang puro kasinungalingan, heto po ang papel, nariyan ang numero ng aming cellphone at land line ng aming church, kung kailangan mo ng kausap para makilala mo ang ating Diyos at ang ating tagapagligtas, tawagan mo lang kami," sabi ng binatang matapos kong sigawan ay maayos pa rin akong kinausap.

Sa kamay ko iniabot nito ang papel. "Hindi na, wala akong oras para kilalanin ang Diyos na sinasabi n'yo! Dahil kung totoo Siya, bakit hinyaan niyang maging ganito ang buhay ng maraming tao!? Bakit?" tanong ko.

Ngunit malayo na ang mga kabataan na masayang nagpapahayag nang salita ng kinikilala nilang Diyos. Mariing kong nalukot ang papel na iyon sa aking isang palad.

Nang makauwi akong muli sa bahay namin, bumungad na naman ang ama ko, kapatid na lalake, at ilang mga kababaihan na naroon, lahat ng mga ito ay lango sa kanilang mga bisyo. "O! Narito na pala ang mabait kong anak," sabi nito nang makita ako. Alam ko naman ang nais nito kaya ako sinalubong. "Anak ko, Margo, nasaan na ang pasalubong mo kay Tatay?" tanong nito habang malaki ang pagkakangiti ng bibig nito, sabay lahad ng isang palad sa harapan ko, hinihingi ang pera na pinagputahan ko.

"Tay, kailan ba kayo titigil nina Kuya sa mga walang kwenta ninyong ginagawa? Ganito na lang ba palagi ang buhay natin? Sawa na ako!"

"Hoy Margo! Huwag ka ngang magdrama! Hindi ka naman artista, pok-pok ka diba?" natatawang sabat ng Kuya ko. Lumapit ito at pilit na hinablot ang bag ko, napangisi ito ng makita ang ilang libong salapi sa loob noon.

Laglag ang balikat kong nagtungo sa silid ko, at hindi ko maunawaan kung bakit naglalandas ang mga luha ko. Sanay naman ako sa ganoong pagtrato, kaya lang unti-unti ko nang nararamdaman ang pagod dito sa puso ko, madilim, sobrang dilim na lang ang nakikita ko sa buong paligid.

KINABUKASAN isang matandang babae ang nakabangga sa 'kin. "Ano ba? Hindi ka naman tumitingin sa dinaraanan mo!" pabulyaw na nasabi ko. Ngunit hindi ko namalayang ako ang nakabangga sa kanya. Lupaypay ako at wala sa aking sarili ng mga oras na iyon.

"Iha, ikaw ay nasa magulong buhay, at ang daang nilalakaran mo ay tunay na kaydilim," sabi nito. Huli na nang mapansin kong bulag pala ang matandang babae.

"Lola!" pasigaw rin tawag ng binatang tila kasama ng matanda. "Pasensiya na, kung naaabala ka ng Lola ko," buong pagpapakumbabang sabi ng binata.

"H-hindi naman, sorry po, nasigawan ko kayo akala ko kasi normal kayo," paghingi ko ng tawad sa magaspang na pag-uugali na ipinakita ko.

"Iha, hanapin mo ang Diyos, at sa kanya mo makikita ang liwanag, tila kay dilim ng iyong buhay, sabi niya sa kanyang salita…. *Ako ang ilaw ng sanlibutan, ang sumusunod sa akin ay magkakaroon ng ilaw sa kanyang buhay, at di na lalakad sa kadiliman,(Juan 8:12)"* muling nasabi ng matanda, na napahawak pa sa aking isang kamay. Agad na gumapang ang matinding kilabot sa buo kong sistema, kaya mabilis ko rin iyong nabawi mula sa mga palad ng matanda.

"Tumigil ka! Isa kang bulag! Kaya't paano mong nakikitang nasa kadiliman ako? Sa tingin ko ikaw ang nasa dilim dahil wala kang nakikitang anuman!" hiyaw kong muli sa maglola.

Hindi ko maunawaan kung bakit nakadama ako ng matinding kilabot at takot sa aking kaloob-looban, at bigla na lang bumuhos ang luha ko.

"Miss okay ka lang ba?" natanong ng binata. Ngunit hindi ko na iyon pinansin.

Nanginginig akong napaatras at nagtatakbo na tila wala sa sarili. Hindi ko namalayan ang paparating na sasakyan at iyon ang nakabangga sa 'kin. Habang nakatilapon ang aking katawan sa ere, nakita ng mga mata ko ang maliit na siwang at doo'y pumapasok ang liwanag, isang nakasisilaw na liwanag. Pagkatapos ay nagdilim na ang lahat sa aking paligid.

NANG magmulat ang aking mga mata, nakita ko ang puting kisame. Mabilis akong napabangon, ngunit nagulat ako nang makita ko ang mga taong naglalagusan sa aking katawan. Muli akong napalingon, nakita ko na lahat sila ay nagsilapit sa kama, nanlaki ang mga mata ko, nang makilala ko ang taong nakahiga sa kama.

"Ako iyon!" bulalas ko.

"Oo Margo, ikaw iyon at kasalukuyan kang ginagamot upang mabuhay," sabi ng tinig ng isang lalaking nakaputi, at tinawag ako sa aking pangalan.

"Sino ka? Bakit mo ako kilala?" tanong ko, sinubukan kong tingnan ang mukha niya ngunit ito'y nakasisilaw. Noon pa lang ako nakakita ng ganoong klaseng kaliwanagan sa buong buhay ko.

"Ako ang Anak ng Diyos, ako si Jesus, na ayaw mong kilalanin," sagot Niya sa akin.

"Ikaw? Bakit narito ka at kinakausap ako? Nagkatawang tao ka uli? Mapapako ka ba sa krus muli?" tanong ko.

"Nais mo bang makitang ipinapako ako sa krus muli Margo?" tanong Niya sa akin.

Mabilis akong napailing. *"Ayoko! Pero ayoko na ring mabuhay! Pabayaan mo na ako!"* naiiyak kong sabi sa kanya.

Inilahad Niya ang kanyang kamay at itinuro sa isang dako, bumuka ang lupa at doon ay mayroong isang malawak at madilim na lugar na nababalutan ng kaunting liwanag na tila galing sa nagliliyab na apoy.

Higit pa sa makatotohanang pangyayari ang nagaganap. Isang kadiliman, doo'y naririnig ko ang malalakas na sigawan at walang hanggang pagtangis ng lahat ng boses na napunta roon. *"Iyan ang kapupuntahan mong lugar Margo, kapag namatay ka ngayon? Nakahanda ka na ba?"* tanon Niya sa akin. Agad akong nangilabot at nanginig sa takot at ako'y napaluhod. Umiyak sa paanan ng lalaking nakaputi at mula noo'y alam kong nawalan akong muli ng malay.

Nang magising ako, hinihingal ako, halos hindi makahinga. Mabuti na lang at agad akong binigyan ng tubig ng isang batang babae na naroon sa tabi ng aking kama. At ang matandang bulag ay aking muling nasilayan.

"Salamat sa tubig!" bulalas ko.

"Mukhang nananaginip ka Ate Margo?" tanong ng dalagita.

"Oo, pero parang tunay na nangyari, nakita ko ang tunay na impyerno, doon ay tumatangis ang lahat, at sinabi ni Jesus na kung mamatay ako ng sandaling iyon, doon ako mapupunta!" napatakip ang aking dalawang palad sa sarili kong mukha.

Ngunit nagulat ako nang may mga palad na dumampi sa aking isang hita. "Si Jesus ang ating panginoong tagapagligtas ang siyang tanging daan, tungo sa buhay na walang hanggang. Sabi niya na siya ang daan ang katotohanan at ang buhay, walang makapupunta sa Ama kundi sa pamamagitan Niya lamang." *(Juan 14:6)*

Mula noo'y napaiyak na ako nang tuluyan, at aking naalala ang mga bagay na ginawa ko "Mula nang magkaisip ako, namulat ako sa makamundong pagnanasa, kahalayan, kasakiman sa salapi, at kung ano-ano pang kasalanan ang aking mga nagawa, mula noon hanggang sa oras na ito. Kaya walang dahilan para hindi ako masama sa mga nanangis sa impyerno."

"Magsisi ka, at humingi ng tawad sa Panginoong Hesus, at manumbalik sa kanyang kaluwalhatian, at nakatitiyak akong mabubuhay ka sa liwanang, at hindi na sa dilim," sabi ng matandang bulag na babae.

"Oo sa oras na ito, Panginoong Hesus tinatanggap kita, bilang aking panginoong tagapagligtas at aking Diyos, patawarin mo po ako sa lahat ng kasalanang nagawa ko, at linisin ng iyong dugo na nabuhos sa krus ng kalbaryo. Sa oras na ito Panginoon pumasok ka sa aking buhay at ako ay gabayan mo, maging Diyos kita at maghari ka sa aking buhay ngayon at magpakailanman, sa pangalan ni Hesus Amen."

Iyon ang panalanging aking binigkas mula sa isip at sa aking puso. Inari kong tunay at taos ang aking paghingi ng tawad sa Diyos.

Mula nang makaligtas ako sa aksidenteng iyon, doon na muna ako tumuloy sa bahay nina Lola Amanda, at nang mga apo nitong si Dino at Dianna. Nalaman kong isang pastor ang apo niyang si Dino, kaya dalawa lang sila sa bahay nila, kaya malaking gaan na naroon ako.

Nagpatuloy akong namuhay ng bago na, sinasabi sa salita ng Diyos na ang sino mang tumanggap kay Jesu Kristo, siya ay bago na at wala na ang kanyang dating pagkatao." *(2 Corinto 5:17)*

Kaya sa paglakad ng araw at buwan ay nagpatuloy akong nagpapagamit sa Panginoong Jesus, habang naroon ay mas nakilala ko pa siya ng mabuti, at malalim, Siya ang aking Panginoon na tumanggap sa akin at naglinis ng aking mga kasalanan.

" Sister Margo, nais naming marinig ang patotoo mo at ang tunay na kwento ng buhay mo, kung paano ka binago ng ating Panginoong Jesus," sabi ni Ella, isang kabataang naglilingkod rin sa simbahan.

"Ako ay lubos na nagpapasalamat sa Panginoong Hesus dahil iniligtas niya ang aking buhay. Simula ng makilala ko siya, ***ang madilim kong mundo ay naging maliwanag na***, ang buhay ko na puno nang gulo at ang masalimuot na sitwasyon, katulad ng pagkalulong sa kasalanan ay unti-unting nagbago." Mahinahong kong simula ng aking salaysay nang pagpapatotoo. "Noon ang akala ko, wala na akong kawala, at wala nang mapupuntahan ang buhay ko kundi puro kasalanan, at kaguluhan, nalaman ko na kung susunod ako sa panginoon. Ituturo niya sa akin ang tamang daan at landas na lalakaran ko," sabi ko sa mga kabataan habang lumalakad kami sa pasilyo ng aming simbahan. Tapos na ang Sunday service ng araw na iyon.

"Nakakamangha, at natutuwa po kami na ngayon ay isa ka na po sa mga lingkod ng Diyos na tumutulong sa amin, at nagbibigay inpirasyon para magpatuloy sa pananampalataya sa Diyos, at sa Panginoong Jesus," sabi rin ni Jona.

" Mabuti 'yan Jona," sagot ko sa kanila.

"Ano po kaya ang maipapayo ninyo sa mga kabataang naliligaw ng landas ngayon Ate, sana ay matulungan rin sila ng Panginoong Jesus," sabi pa muli ni Jona.

" Sa mga tulad kong inaakalang nasa dilim sila, at wala nang liwanag pang maaring makita, sa mga tulad ko noong ako ay gapos ng kadenang bakal na siyang nagpapabigat sa aking buhay, kahit pa sa hindi magulo ang buhay na gaya ko dati, pero hindi alam kung ano ang dahilan kung bakit buhay sila dito sa mundo, ang maipapayo ko, pakinggan nila ang panawagan ng Diyos, at sundin ang kalooban niya. Iyon din ang sabihin natin sa bawat taong mapagpapahayagan natin ng kanyang salita, sapagkat mahal ng Diyos ang lahat ng tao," sabi pa niya sa mga kabataan. *(Juan 3:16)*

Lumipas pa nga ang mga araw at taon na kasama ko ang Diyos sa aking buhay, hindi naging madali ang pagbabago ko, maraming pagsubok ang pinagdanan ko, pero sa lahat ng iyon, alam kong hindi ako nag-iisa.

Kasama ko Siya sa lahat ng pagsubok o problema na ihaharap sa akin, hindi ko iyon hinaharap ng nag-iisa. Gaya ng mga anak ng Diyos sa bibliya, iyong taong ginamit niya para ihayag ang kanyang salita. Lalaban din ako, isang tunay na laban, pero mabuting laban.

Sabi nga sa kanyang salita, "ang mabuhay ay kay Kristo, ang mamatay ay pakinabang!" *(Filipos 1:21)*

Nang dahil sa pagbabago at pagkaayos ng aking buhay, binalikan ko ang aking ama at kapatid, makalipas ang tatlong taon, nagulat sila na isa na akong bagong nilalang, wala na iyong dati, hindi na nila mabakas ang lumang pagkatao ko, hindi na nila makita pa ang dating Margo, noo'y gapos na ng karamdaman ang aking ama, at ang kapatid ko ay nakulong sa piitan, ngunit ganoon man ang nangyari, nalaman ko na tinanggap nila ang Panginoong Diyos, at sila ay nanalig na kay Jesus, kaya nagpapasalamat ako dahil iniligtas ng Diyos ang buhay nila. Dumanas man sila ng hirap, balewala iyon dahil naligtas naman ang kanilang mga kaluluwa.

Matapos noon ay nakasama ko na ang aking ama sa pangangaral at pagbabahagi ng kanyang mga salita. Tunay ngang walang imposible sa Diyos, lalo na kung itoy taimtim mong ipapanalangin. Babaguhin niya tayo, at ihahatid sa pinaka mabuting sitwasyon. Gaano man tayo karumi, hindi niya tayo pandidirihan, bagkos ay yayakapin pa niya tayo, upang tayo ay makabalik sa kanya.

Ako si Margo, binago ni Hesus mula sa dilim, ngayon ay nasa liwanag na, naniniwala akong tulad ko, magbabago rin ang buhay mo, gaano man kadilim ang daang tinatahak mo dahil **"Sa madilim kong mundo, Siya ang aking ilaw."**

Authors note:

Salamat po sa lahat ng nagbasa ng kwentong ito, kahit na ito ay fictional lamang, naniniwala ako na maraming pagkakataon na ito ay nagaganap sa ating buhay. Kaya naman gaano man kadilim ang buhay at sitwasyon natin ngayon, huwag tayong maniniwalang wala nang pag-asang natitira dahil mahal na mahal tayo ng Diyos, ang kailangan lang ay lumapit tayo sa kanya at tanggapin siya ng buong puso, bilang ating Diyos, at Panginoong tagapagligtas.

TO GOD BE ALL THE GLORY!

About the Author

ROSE ANN ROQUE ABOBO

ROSE ANN ROQUE ABOBO A Mother, wife, and simple writer and Author. Nakapagtapos ng elementarya sa Mandaluyong Elementary School at nang High School sa Parada National High School sa valenzuela City. Siya ay kasalukuyang writter sa online platform na GoodNovel, FameInk, Wattpad at Youtube Chanel. May isang anak na babae at kasalukuyang naglilingkod sa Panginoon sa simbahang Bethel Christian Fellowship Inc. Payatas Quezon City. Masaya sa buhay kasama ng pamilya.

www.ingramcontent.com/pod-product-compliance
Lightning Source LLC
LaVergne TN
LVHW041644070526
838199LV00053B/3556